Leading with Authenticity: Inspire and Empower Others

నమ్మకమైన నాయకత్వం: ఇతరులను ప్రేరేపించి బలోపేతం చేయండి

Tripuraneni

Copyright © [2023]

Title: Leading with Authenticity: Inspire and Empower Others

Author's: Tripuraneni

All rights reserved. No part of this publication may be reproduced, stored in a retrieval system, or transmitted in any form or by any means, electronic, mechanical, photocopying, recording, or otherwise, without the prior written permission of the publisher or author, except in the case of brief quotations embodied in critical reviews and certain other non-commercial uses permitted by copyright law.

This book was printed and published by [Publisher's: **Tripuraneni**] in [2023]

ISBN:

TABLE OF CONTENT

Chapter 1: The Power of Authenticity   07

- Introduction: Defining authentic leadership and its importance in today's world.
- The benefits of authentic leadership for individuals, teams, and organizations.
- Challenges to leading authentically and how to overcome them.
- Self-awareness exercises and tools for identifying your values and leadership style.

Chapter 2: Inspiring Action   15

- The power of vision and how to create a compelling vision for your team.
- Effective communication strategies for inspiring and motivating others.
- Storytelling as a tool for connecting with your audience and sharing your vision.
- Overcoming fear and doubt to take action and achieve goals.

Chapter 3: Building Trust and Relationships   23

- The importance of trust in leadership and how to build it with your team.
- Effective communication techniques for building strong relationships.
- Fostering an environment of transparency and honesty.
- Recognizing and resolving conflict effectively.

Chapter 4: Empowering Others   31

- Identifying and nurturing the strengths of your team members.
- Creating a culture of empowerment and ownership.
- Delegating tasks effectively and providing constructive feedback.
- Developing your team's leadership potential.

Chapter 5: Leading Through Change   40

- The importance of adaptability and resilience in leadership.
- Effective strategies for leading through change and uncertainty.
- Maintaining motivation and engagement through challenging times.
- Building a culture of innovation and continuous learning.

విషయ సూచిక

అధ్యాయం 1: నమ్మకమైన నాయకత్వ శక్తి

- పరిచయం: నమ్మకమైన నాయకత్వాన్ని నిర్వచించడం మరియు నేటి ప్రపంచంలో దాని ప్రాముఖ్యత.
- వ్యక్తులు, బృందాలు మరియు సంస్థలకు నమ్మకమైన నాయకత్వం యొక్క ప్రయోజనాలు.
- నమ్మకంగా నాయకత్వం వహించడానికి ఉన్న సవాళ్లు మరియు వాటిని ఎలా అధిగమించాలి.
- మీ విలువలు మరియు నాయకత్వ శైలిని గుర్తించడానికి స్వీయ అవగాహన వ్యాయామాలు మరియు సాధనాలు.

అధ్యాయం 2: చర్యకు ప్రేరేపించడం

- దృష్టి యొక్క శక్తి మరియు మీ బృందానికి ఆకర్షణీయమైన దృష్టిని ఎలా సృష్టించాలి.
- ఇతరులను ప్రేరేపించడానికి మరియు ఉత్సాహపరిచేందుకు సమర్థవంతమైన కమ్యూనికేషన్ వ్యూహాలు.
- కథ చెప్పడం మీ ప్రేక్షకులతో కనెక్ట్ అవడానికి మరియు మీ దృష్టిని పంచుకోవడానికి ఒక సాధనంగా.
- చర్య తీసుకోవడానికి మరియు లక్ష్యాలను సాధించడానికి భయం మరియు సందేహాన్ని అధిగమించడం.

అధ్యాయం 3: నమ్మకాన్ని మరియు సంబంధాలను నిర్మించడం

- నాయకత్వంలో నమ్మకం యొక్క ప్రాముఖ్యత మరియు మీ బృందంతో దాన్ని ఎలా నిర్మించాలి.
- బలమైన సంబంధాలు ఏర్పరచుకోవడానికి సమర్థవంతమైన కమ్యూనికేషన్ పద్ధతులు.
- పారదర్శకత మరియు నిజాయితీ యొక్క వాతావరణాన్ని పెంపొందించడం.
- వివాదాలను గుర్తించడం మరియు సమర్థవంతంగా పరిష్కరించడం.

అధ్యాయం 4: ఇతరులను సాధికారం చేయడం

- మీ బృంద సభ్యుల బలాలను గుర్తించడం మరియు పెంపొందించడం.
- సాధికారత మరియు యాజమాన్యం యొక్క సంస్కృతిని సృష్టించడం.
- పనులను సమర్థవంతంగా అప్పగించడం మరియు నిర్మాణాత్మక అభిప్రాయాన్ని అందించడం.
- మీ బృందం యొక్క నాయకత్వ సామర్థ్యాన్ని అభివృద్ధి చేయడం.

అధ్యాయం 5: మార్పు ద్వారా నాయకత్వం

- నాయకత్వంలో అనుగుణత మరియు దృఢత్వం యొక్క ప్రాముఖ్యత.
- మార్పు మరియు అనిశ్చితి ద్వారా నాయకత్వం వహించడానికి సమర్థవంతమైన వ్యూహాలు.
- సవాలు సమయాల్లో ప్రేరణ మరియు నిమగ్నతను నిర్వహించడం.
- ఆవిష్కరణ మరియు నిరంతర అభ్యాసానికి ఒక సంస్కృతిని నిర్మించడం

.Chapter 1: The Power of Authenticity

అధ్యాయం 1: నమ్మకమైన నాయకత్వ శక్తి

పరిచయం: నమ్మకమైన నాయకత్వాన్ని నిర్వచించడం మరియు నేటి ప్రపంచంలో దాని ప్రాముఖ్యత

నమ్మకమైన నాయకత్వం అంటే ఏమిటి?

నమ్మకమైన నాయకత్వం అనేది ప్రజలకు నాయకత్వం వహించే వ్యక్తి యొక్క స్వభావం మరియు ప్రవర్తన. ఇది నిజాయితీ, విశ్వసనీయత, విధేయత మరియు నైతికత వంటి లక్షణాలను కలిగి ఉంటుంది. నమ్మకమైన నాయకుడు తన మాటలను నిలబెట్టుకుంటాడు, తన ప్రజలకు నమ్మకంగా ఉంటాడు మరియు తన విలువలను గౌరవిస్తాడు.

నేటి ప్రపంచంలో నమ్మకమైన నాయకత్వం యొక్క ప్రాముఖ్యత

నేటి ప్రపంచం చాలా అస్థిరంగా ఉంది. మార్పు వేగంగా జరుగుతోంది మరియు అనిశ్చితి ఎక్కువగా ఉంది. ఈ సవాళ్లను ఎదుర్కోవడానికి, ప్రజలు నమ్మకమైన నాయకులను అవసరం. నమ్మకమైన నాయకులు తమ ప్రజలకు దిశను ఇవ్వగలరు, వారిని ఒకే దిశగా నడిపించగలరు మరియు కష్ట సమయాల్లో వారిని ప్రోత్సహించగలరు.

నమ్మకమైన నాయకత్వం యొక్క కొన్ని ప్రయోజనాలు:

- మెరుగైన సంస్థాగత పనితీరు: నమ్మకమైన నాయకులు తమ సిబ్బంది యొక్క నమ్మకాన్ని గెలుచుకుంటారు, ఇది మెరుగైన ఉత్పాదకత మరియు సృజనాత్మకతకు దారితీస్తుంది.

- కమ్యూనిటీ నిర్మాణం: నమ్మకమైన నాయకులు వారి సమాజాలను ఏకం చేయగలరు మరియు మంచి మార్పును తెచ్చుకోగలరు.

- రాజకీయ స్థిరత్వం: నమ్మకమైన నాయకులు రాజకీయ అస్థిరతను తగ్గించగలరు మరియు శాంతి మరియు స్థిరత్వాన్ని ప్రోత్సహించగలరు.

నమ్మకమైన నాయకుల లక్షణాలు

నమ్మకమైన నాయకులు కలిగి ఉండే కొన్ని లక్షణాలు ఇక్కడ ఉన్నాయి:

- నిజాయితీ: నమ్మకమైన నాయకులు ఎల్లప్పుడూ నిజాయితీగా ఉంటారు, వారి మాటలను నిలబెట్టుకుంటారు మరియు వారి ప్రవర్తన వారి మాటలను ప్రతిబింబిస్తుంది.

- విశ్వసనీయత: నమ్మకమైన నాయకులు తమ ప్రజలకు నమ్మకంగా ఉంటారు, వారిని ఎప్పటికీ మోసం చేయరు.

- విధేయత: నమ్మకమైన నాయకులు తమ విలువలకు విధేయులుగా ఉంటారు మరియు వాటి కోసం నిలబడటానికి సిద్ధంగా ఉంటారు.

- నైతికత: నమ్మకమైన నాయకులు నైతికంగా నడుస్తారు మరియు తమ ప్రజలకు మంచి నమూనాగా ఉంటారు.

వ్యక్తులు, బృందాలు మరియు సంస్థలకు నమ్మకమైన నాయకత్వం యొక్క ప్రయోజనాలు

నమ్మకమైన నాయకత్వం అనేది ప్రజలకు నాయకత్వం వహించే వ్యక్తి యొక్క స్వభావం మరియు ప్రవర్తన. ఇది నిజాయితీ, విశ్వసనీయత, విధేయత మరియు నైతికత వంటి లక్షణాలను కలిగి ఉంటుంది. నమ్మకమైన నాయకుడు తన మాటలను నిలబెట్టుకుంటాడు, తన ప్రజలకు నమ్మకంగా ఉంటాడు మరియు తన విలువలను గౌరవిస్తాడు.

వ్యక్తులకు నమ్మకమైన నాయకత్వం యొక్క ప్రయోజనాలు

నమ్మకమైన నాయకులు తమ వ్యక్తులకు అనేక ప్రయోజనాలను అందిస్తారు. వారు:

సురక్షితమైన మరియు మద్దతునిచ్చే వాతావరణాన్ని సృష్టిస్తారు. నమ్మకమైన నాయకులు తమ ప్రజలను గౌరవిస్తారు మరియు వారి అభిప్రాయాలను విలువైనవిగా భావిస్తారు. వారు తమ ప్రజలకు అండగా ఉంటారు మరియు కష్ట సమయాల్లో వారిని ప్రోత్సహిస్తారు.

మరింత ఉత్పాదకత మరియు సృజనాత్మకతను ప్రోత్సహిస్తారు. నమ్మకమైన నాయకులు తమ ప్రజలకు నమ్మకం మరియు ప్రేరణను ఇస్తారు. వారు తమ ప్రజలకు సవాళ్లు మరియు అవకాశాలను అందిస్తారు, ఇది మరింత ఉత్పాదకత మరియు సృజనాత్మకతకు దారితీస్తుంది.

మరింత సంతోషం మరియు సంతృప్తిని ప్రోత్సహిస్తారు. నమ్మకమైన నాయకులు తమ ప్రజలకు వారి పనిలో మరియు

వారి జీవితంలో మరింత సంతోషం మరియు సంతృప్తిని కనుగొనడంలో సహాయపడతారు.

బృందాలకు నమ్మకమైన నాయకత్వం యొక్క ప్రయోజనాలు

నమ్మకమైన నాయకులు బృందాలకు అనేక ప్రయోజనాలను అందిస్తారు. వారు:

మెరుగైన సహకారం మరియు సమన్వయాన్ని ప్రోత్సహిస్తారు. నమ్మకమైన నాయకులు తమ బృందాలలో విశ్వసనీయత మరియు గౌరవాన్ని పెంచుతారు. వారు తమ బృందాల సభ్యుల మధ్య సంభాషణ మరియు సహకారాన్ని ప్రోత్సహిస్తారు.

మెరుగైన నిర్ణయాలు మరియు పరిష్కారాలను ప్రోత్సహిస్తారు. నమ్మకమైన నాయకులు తమ బృందాల నుండి వివిధ అభిప్రాయాలను స్వీకరించడానికి మరియు చర్చించడానికి ప్రోత్సహిస్తారు. వారు తమ బృందాలకు సమగ్రమైన మరియు మంచి ఆలోచనతో నిర్ణయాలు తీసుకోవడంలో సహాయపడతారు.

మెరుగైన పనితీరు మరియు ఫలితాలను ప్రోత్సహిస్తారు. నమ్మకమైన నాయకులు తమ బృందాలను ఒకే దిశగా నడిపించ

నమ్మకంగా నాయకత్వం వహించడానికి ఉన్న సవాళ్లు

నమ్మకంగా నాయకత్వం వహించడం సవాలుగా ఉంటుంది. ఇది నిజాయితీ, విశ్వసనీయత, విధేయత మరియు నైతికత వంటి లక్షణాలను కలిగి ఉంటుంది. ఈ లక్షణాలను అనుసరించడం కష్టమవుతుంది, ముఖ్యంగా కష్టమైన నిర్ణయాలు తీసుకోవడానికి లేదా అసౌకర్యకరమైన వాస్తవాలను ఎదుర్కోవడానికి వచ్చినప్పుడు.

నమ్మకంగా నాయకత్వం వహించడానికి ఉన్న కొన్ని సాధారణ సవాళ్లు ఇక్కడ ఉన్నాయి:

- నిర్ణయాలు తీసుకోవడం: నమ్మకమైన నాయకులు తమ నిర్ణయాలకు బాధ్యత వహిస్తారు. అయితే, కొన్నిసార్లు, నిర్ణయాలు తీసుకోవడం కష్టం మరియు కష్టమైన పరిణామాలను కలిగిస్తుంది.

- అసౌకర్యకరమైన వాస్తవాలను ఎదుర్కోవడం: నమ్మకమైన నాయకులు తమ ప్రజలకు నిజమైన వాస్తవాలను చెప్పడానికి సిద్ధంగా ఉంటారు, అవి అసౌకర్యకరమైనవి అయినప్పటికీ. అయితే, ఇది కష్టం మరియు ప్రతిఘటనను ఎదుర్కోవడానికి దారితీయవచ్చు.

- ప్రతికూల సమీక్షను ఎదుర్కోవడం: నమ్మకమైన నాయకులు ఎల్లప్పుడూ ప్రతికూల సమీక్షను అందుకుంటారు. ఇది వ్యక్తిగతంగా తీసుకోవడం కష్టం మరియు నాయకత్వంపై నమ్మకాన్ని కోల్పోవడానికి దారితీయవచ్చు.

నమ్మకంగా నాయకత్వం వహించడానికి సలహాలు

నమ్మకంగా నాయకత్వం వహించడానికి కొన్ని సలహాలు ఇక్కడ ఉన్నాయి:

- మీ విలువలకు కట్టుబడి ఉండండి: మీ విలువలు మీ నాయకత్వానికి మార్గదర్శకంగా ఉండాలి. మీరు ఎల్లప్పుడూ మీ విలువలకు కట్టుబడి ఉంటే, మీరు కష్టమైన నిర్ణయాలు తీసుకోవడానికి లేదా అసౌకర్యకరమైన వాస్తవాలను ఎదుర్కోవడానికి అవసరమైన ధైర్యాన్ని కనుగొనవచ్చు.

- మీ ప్రజలతో నిజాయితీగా ఉండండి: మీ ప్రజలతో నిజాయితీగా ఉండటం ముఖ్యం. అవి మీ నిర్ణయాలను అర్థం చేసుకోవడానికి మరియు మీ నాయకత్వాన్ని నమ్మడానికి అవసరం.

- మీ పొరపాట్ల నుండి నేర్చుకోండి: ప్రతి ఒక్కరూ పొరపాట్లు చేస్తారు. మీ పొరపాట్ల నుండి నేర్చుకోవడం ముఖ్యం మరియు మీరు మెరుగుపడేలా చేయండి.

మీ విలువలు మరియు నాయకత్వ శైలిని గుర్తించడానికి స్వీయ అవగాహన వ్యాయామాలు మరియు సాధనాలు

నమ్మకమైన నాయకులుగా ఉండటానికి, మీ విలువలు మరియు నాయకత్వ శైలిని అర్థం చేసుకోవడం ముఖ్యం. మీ విలువలు మీ నాయకత్వానికి మార్గదర్శకంగా ఉంటాయి మరియు మీ నాయకత్వ శైలి మీరు ఇతరులతో ఎలా సంభాషిస్తారు మరియు పని చేస్తారు అనే దానిపై ప్రభావం చూపుతుంది.

మీ విలువలు మరియు నాయకత్వ శైలిని గుర్తించడానికి మీరు ఉపయోగించగల కొన్ని స్వీయ అవగాహన వ్యాయామాలు మరియు సాధనాలు ఇక్కడ ఉన్నాయి:

మీ విలువలను గుర్తించడానికి వ్యాయామాలు

- మీ విలువల జాబితాను రూపొందించండి: మీకు ముఖ్యమైన విషయాల జాబితాను రూపొందించండి. మీరు ఈ విలువలను మీ జీవితంలో ఎలా చూస్తారు? అవి మీ నిర్ణయాలను ఎలా ప్రభావితం చేస్తాయి?
- మీ విలువలను గుర్తించడానికి సర్వేని పూర్తి చేయండి: మీ విలువలను గుర్తించడానికి సహాయపడే అనేక ఆన్‌లైన్ సర్వేలు అందుబాటులో ఉన్నాయి.
- మీ విలువలను గుర్తించడానికి మీ స్నేహితులు మరియు కుటుంబ సభ్యుల నుండి అభిప్రాయాన్ని అడగండి: మీరు మీ విలువలను గుర్తించడంలో సహాయపడే విధంగా మీరు ముఖ్యమైన వ్యక్తుల నుండి అభిప్రాయాన్ని అడగవచ్చు.

మీ నాయకత్వ శైలిని గుర్తించడానికి వ్యాయామాలు

- మీ నాయకత్వ శైలిని గుర్తించడానికి సర్వేని పూర్తి చేయండి: మీ నాయకత్వ శైలిని గుర్తించడానికి సహాయపడే అనేక ఆన్‌లైన్ సర్వేలు అందుబాటులో ఉన్నాయి.

- మీ నాయకత్వ శైలిని గుర్తించడానికి మీ స్నేహితులు మరియు కుటుంబ సభ్యుల నుండి అభిప్రాయాన్ని అడగండి: మీరు మీ నాయకత్వ శైలిని గుర్తించడంలో సహాయపడే విధంగా మీరు ముఖ్యమైన వ్యక్తుల నుండి అభిప్రాయాన్ని అడగవచ్చు.

- మీ నాయకత్వ శైలిని గుర్తించడానికి మీ జీవితంలోని నాయకులను పరిశీలించండి: మీరు మీకు ప్రేరణ కలిగించే నాయకులను పరిశీలించండి మరియు వారి నాయకత్వ శైలి మీకు సరిపోతుందో లేదో చూడండి.

Chapter 2: Inspiring Action

అధ్యాయం 2: చర్యకు ప్రేరేపించడం

దృష్టి యొక్క శక్తి మరియు మీ బృందానికి ఆకర్షణీయమైన దృష్టిని ఎలా సృష్టించాలి

దృష్టి అనేది ఏదైనా సాధించడానికి అవసరమైన ముఖ్యమైన అంశం. మీ బృందానికి ఆకర్షణీయమైన దృష్టిని సృష్టించడం ద్వారా, మీరు మీ బృంద సభ్యులను మరింత స్ఫూర్తినిచ్చి, ఉత్పాదకంగా ఉంచవచ్చు.

దృష్టి యొక్క శక్తి

దృష్టి అనేది మీరు ఏమి చేయాలనుకుంటున్నారో మరియు దానిని ఎలా చేయాలనుకుంటున్నారో స్పష్టమైన చిత్రం. ఇది మీరు మీ బృందంతో పంచుకోగల ఒక సాధారణ లక్ష్యం. దృష్టి బలంగా ఉంటే, ఇది మీ బృంద సభ్యులను మరింత స్ఫూర్తినిచ్చి, ఉత్పాదకంగా ఉంచవచ్చు.

దృష్టి యొక్క కొన్ని ప్రయోజనాలు:

- ఇది మీ బృంద సభ్యులకు మార్గదర్శకత్వం అందిస్తుంది.
- ఇది మీ బృంద సభ్యులకు స్ఫూర్తినిస్తుంది.
- ఇది మీ బృంద సభ్యులకు కట్టుబడి ఉండటానికి సహాయపడుతుంది.
- ఇది మీ బృంద సభ్యులకు సమన్వయంతో పని చేయడంలో సహాయపడుతుంది.

మీ బృందానికి ఆకర్షణీయమైన దృష్టిని ఎలా సృష్టించాలి

మీ బృందానికి ఆకర్షణీయమైన దృష్టిని సృష్టించడానికి, మీరు క్రింది అంశాలను పరిగణించాలి:

- మీ బృందం యొక్క లక్ష్యాలను నిర్వచించండి. మీ బృందం ఏమి చేయాలనుకుంటుందో మరియు ఎందుకు చేయాలనుకుంటుందో స్పష్టంగా తెలుసుకోండి.
- మీ బృందం యొక్క విలువలను నిర్వచించండి. మీ బృందం ఏమి నమ్ముతుందో మరియు ఏమి చేయాలనుకుంటుందో తెలుసుకోండి.
- మీ బృందం యొక్క సామర్ధ్యాలను అంచనా వేయండి. మీ బృందం ఏమి చేయగలదు మరియు ఏమి చేయలేకపోతుంది అనే దాని గురించి స్పష్టంగా తెలుసుకోండి.
- మీ బృందం యొక్క పరిస్థితులను అంచనా వేయండి. మీ బృందం పనిచేస్తున్న పరిస్థితులు ఏమిటి మరియు అవి మీ దృష్టిని ఎలా ప్రభావితం చేస్తాయి అనే దాని గురించి స్పష్టంగా తెలుసుకోండి.

దృష్టిని సృష్టించడానికి కొన్ని చిట్కాలు:

- దృష్టి చిన్నగా మరియు సరళంగా ఉంచండి. దృష్టిని గుర్తుంచుకోవడం మరియు అమలు చేయడం సులభం ఉండాలి.

ఇతరులను ప్రేరేపించడానికి మరియు ఉత్సాహపరిచేందుకు సమర్థవంతమైన కమ్యూనికేషన్ వ్యూహాలు

పరిచయం

కమ్యూనికేషన్ అనేది మానవ సంఘాలలో ఒక ముఖ్యమైన భాగం. ఇది మనం ఒకరితో ఒకరు సంభాషించడానికి, మన ఆలోచనలు మరియు భావాలను పంచుకోవడానికి మరియు ఒకరితో ఒకరు అర్థం చేసుకోవడానికి ఉపయోగిస్తాము. సమర్థవంతమైన కమ్యూనికేషన్ మనకు మన లక్ష్యాలను సాధించడంలో సహాయపడుతుంది, ఇతరులను ప్రేరేపించడానికి మరియు ఉత్సాహపరిచేందుకు సహాయపడుతుంది.

ఇతరులను ప్రేరేపించడానికి మరియు ఉత్సాహపరిచేందుకు కమ్యూనికేషన్‌ను ఉపయోగించడానికి అనేక మార్గాలు ఉన్నాయి. ఈ వ్యాసం కొన్ని సాధారణ వ్యూహాలను చర్చిస్తుంది.

1. మీ లక్ష్యాలను స్పష్టంగా మరియు సంక్షిప్తంగా తెలియజేయండి

మీరు ఇతరులను ప్రేరేపించాలనుకుంటే, మీరు మొదట మీ లక్ష్యాలను స్పష్టంగా మరియు సంక్షిప్తంగా తెలియజేయాలి. మీరు ఏమి చేయాలనుకుంటున్నారు? మీరు ఎందుకు చేయాలనుకుంటున్నారు? మీ లక్ష్యాలు మరియు వాటి ప్రాముఖ్యతను ఇతరులకు అర్థం చేసుకోవడానికి సహాయపడండి.

ఉదాహరణకు, మీరు ఒక కొత్త వ్యాపారాన్ని ప్రారంభించాలనుకుంటున్నట్లయితే, మీరు మీ వ్యాపార ప్రణాళికను ఇతరులతో పంచుకోవచ్చు. మీ వ్యాపారం ఏమి చేస్తుందో, మీరు ఎందుకు విజయం సాధిస్తారో మరియు ఇతరులకు ఎలా ప్రయోజనం చేకూరుస్తుందో వివరించండి.

2. మీ కథను చెప్పండి

మీ కథను చెప్పడం మీ లక్ష్యాలను ఇతరులకు అర్థం చేసుకోవడంలో సహాయపడుతుంది. మీరు ఎందుకు ఈ లక్ష్యాలను సాధించాలనుకుంటున్నారో, మీరు వాటిని సాధించడానికి ఎందుకు సిద్ధంగా ఉన్నారో మరియు మీరు వాటిని సాధించినప్పుడు మీరు ఎందుకు సంతోషిస్తారో వివరించండి.

మీ కథ మీ లక్ష్యాలకు మానవీయమైన అంశాన్ని జోడిస్తుంది మరియు ఇతరులను మీతో కనెక్ట్ చేయడంలో సహాయపడుతుంది.

ఉదాహరణకు, మీరు ఒక ఛారిటీకి నిధులు సేకరించాలనుకుంటున్నట్లయితే, మీరు ఆ ఛారిటీ ఏమి చేస్తుందో మరియు ఎందుకు ముఖ్యమైనదో వివరించవచ్చు. మీరు మీ స్వంత జీవితంలో ఆ ఛారిటీ ఎలా ప్రభావం చూపిందో కూడా చెప్పవచ్చు.

కథ చెప్పడం మీ ప్రేక్షకులతో కనెక్ట్ అవడానికి మరియు మీ దృష్టిని పంచుకోవడానికి ఒక సాధనంగా

కథ చెప్పడం అనేది మానవులకు పురాతన కాలం నుండి ఉన్న ఒక ప్రాథమిక వ్యక్తీకరణ సాధనం. ఇది మన చుట్టూ ఉన్న ప్రపంచాన్ని అర్థం చేసుకోవడానికి మరియు ఇతరులతో కనెక్ట్ అవడానికి మనకు సహాయపడుతుంది. కథలు మనకు భయాలు, ఆశలు మరియు కలలను అన్వేషించడానికి మరియు మన జీవితాల గురించి కొత్త అవగాహన పొందడానికి అనుమతిస్తాయి.

కథలు మన ప్రేక్షకులతో కనెక్ట్ అవడానికి మరియు మన దృష్టిని పంచుకోవడానికి ఒక శక్తివంతమైన సాధనం. కథలు మన ప్రేక్షకుల భావోద్వేగాలను ఉత్తేజపరుస్తాయి మరియు వారిని ఆలోచించేలా చేస్తాయి. అవి మన ప్రేక్షకులను మన వైపు ఆకర్షించడానికి మరియు వారితో ఒక నిజమైన సంబంధాన్ని ఏర్పరచడానికి సహాయపడతాయి.

కథ చెప్పడం ద్వారా, మీరు మీ ప్రేక్షకులతో కింది విధంగా కనెక్ట్ అవ్వవచ్చు:

- వారి భావోద్వేగాలను ఉత్తేజపరచండి: కథలు మన ప్రేక్షకుల భావోద్వేగాలను ఉత్తేజపరుస్తాయి. అవి మనల్ని ఆనందించేలా, దుఃఖపెట్టేలా, కోపపెట్టేలా లేదా ఆశాజనకంగా చేయగలవు. మీ ప్రేక్షకుల భావోద్వేగాలను ఉత్తేజపరచడం ద్వారా, మీరు వారితో ఒక నిజమైన సంబంధాన్ని ఏర్పరచడానికి మొదలుపెడతారు.

- వారిని ఆలోచించేలా చేయండి: కథలు మన ప్రేక్షకులను ఆలోచించేలా చేయగలవు. అవి మనకు కొత్త ఆలోచనలు

మరియు దృక్పథాలను అందించగలవు. మీ ప్రేక్షకులను ఆలోచించేలా చేయడం ద్వారా, మీరు వారి ఆలోచనలను ప్రేరేపిస్తారు మరియు వారి జీవితాలను మార్చగలరు.

- వారిని మీ వైపు ఆకర్షించండి: కథలు మన ప్రేక్షకులను మన వైపు ఆకర్షించగలవు. అవి మనల్ని ఆసక్తికరంగా మరియు ఆకర్షణీయంగా చేయగలవు. మీ ప్రేక్షకులను మీ వైపు ఆకర్షించడం ద్వారా, మీరు వారితో ఒక నిజమైన సంబంధాన్ని ఏర్పరచడానికి మరింత అవకాశం ఉంది.

చర్య తీసుకోవడానికి మరియు లక్ష్యాలను సాధించడానికి భయం మరియు సందేహాన్ని అధిగమించడం

భయం మరియు సందేహం అనేవి మనల్ని నిలిపివేయగల రెండు శక్తివంతమైన భావాలు. అవి మనం చర్య తీసుకోవడానికి, కొత్త విషయాలను ప్రయత్నించడానికి మరియు మన లక్ష్యాలను సాధించడానికి అడ్డుపడతాయి.

భయం అనేది మనకు హాని కలిగించే ప్రమాదాన్ని మనకు తెలియజేయడానికి ఉద్దేశించిన సహజమైన ప్రతిచర్య. అయితే, కొన్నిసార్లు భయం మనల్ని చాలా ఎక్కువగా నియంత్రించవచ్చు మరియు మనం ముందుకు సాగకుండా నిరోధించవచ్చు.

సందేహం అనేది మన సామర్థ్యాలపై మనకున్న అపనమ్మకం. ఇది మనం ఏదైనా కొత్తదాన్ని ప్రయత్నించడానికి లేదా మన లక్ష్యాలను సాధించడానికి సమర్థులం కాదని మనకు చెబుతుంది.

భయం మరియు సందేహాన్ని అధిగమించడానికి, మనం ముందుగానే వాటి గురించి తెలుసుకోవాలి. మనం ఏమి భయపడుతున్నామో మరియు మనం ఎందుకు సందేహిస్తున్నామో అర్థం చేసుకోవడం ద్వారా, వాటిని ఎదుర్కోవడానికి మరింత మంచిగా ఉంటాము.

భయం మరియు సందేహాన్ని అధిగమించడానికి కొన్ని చిట్కాలు ఇక్కడ ఉన్నాయి:

- మీ భయాన్ని గుర్తించండి: మీరు ఏమి భయపడుతున్నారో మొదట గుర్తించండి. మీ భయం నిజమైనది లేదా అతిగా పెరిగినదా అని నిర్ణయించుకోండి.
- మీ భయాన్ని ఎదుర్కోండి: మీ భయాన్ని ఎదుర్కోవడానికి మీరు చిన్న మార్పులతో ప్రారంభించవచ్చు. ఉదాహరణకు, మీరు ప్రజల ముందు మాట్లాడటానికి భయపడితే, మీరు మీ స్నేహితుల లేదా కుటుంబ సభ్యులతో ముందుగా మాట్లాడటం ప్రారంభించవచ్చు.
- మీ సామర్థ్యాలపై నమ్మకం ఉంచండి: మీరు ఏదైనా సాధించడానికి సమర్థులని మీకు నమ్మకం ఉండాలి. మీ సామర్థ్యాల గురించి మీరు ఆలోచించండి మరియు మీరు చేయగలిగిన అన్ని గొప్ప విషయాలను గుర్తుంచుకోండి.
- సహాయం తీసుకోండి: మీరు భయం మరియు సందేహాన్ని అధిగమించడంలో ఇబ్బంది పడుతుంటే, సహాయం తీసుకోవడానికి సంకోచించకండి. ఒక థెరపిస్ట్ లేదా కౌన్సెలర్ మీకు మీ భయాలను ఎదుర్కోవడానికి మరియు మీ లక్ష్యాలను సాధించడానికి సహాయపడతాడు.

Chapter 3: Building Trust and Relationships

అధ్యాయం 3: నమ్మకాన్ని మరియు సంబంధాలను నిర్మించడం

నాయకత్వంలో నమ్మకం యొక్క ప్రాముఖ్యత మరియు మీ బృందంతో దాన్ని ఎలా నిర్మించాలి

నమ్మకం అనేది నాయకత్వంలో అత్యంత ముఖ్యమైన అంశాలలో ఒకటి. నమ్మకం ఉన్నప్పుడు, బృందాలు మరింత ఉత్పాదకంగా మరియు సమర్థవంతంగా పని చేస్తాయి. వారు మరింత సృజనాత్మకంగా ఉంటారు మరియు సవాళ్లను ఎదుర్కోవడానికి మరింత సిద్ధంగా ఉంటారు.

నమ్మకం లేనప్పుడు, బృందాలు విచ్ఛిన్నమవుతాయి. వారు మరింత తక్కువ ఉత్పాదకంగా ఉంటారు మరియు తరచుగా తప్పులు చేస్తారు. వారు మరింత అలసటగా ఉంటారు మరియు సమస్యలను ఎదుర్కోవడానికి మరింత భయపడతారు.

మీ బృందంతో నమ్మకాన్ని ఎలా నిర్మించాలి?

మీ బృందంతో నమ్మకాన్ని నిర్మించడానికి అనేక మార్గాలు ఉన్నాయి. ఇక్కడ కొన్ని చిట్కాలు ఉన్నాయి:

- సమాచారాన్ని పంచుకోండి. మీ బృందం మీకు ఏమి జరుగుతుందో తెలుసుకోవాలనుకుంటుంది. మీరు వారితో మీ లక్ష్యాలను, మీ ప్రణాళికలను మరియు మీ ఎదుర్కొంటున్న సవాళ్లను పంచుకోండి.

- మీ బృందం యొక్క సలహాను అడగండి. మీ బృందం మీ కంటే ఎక్కువ మందిని తెలుసు. వారు మీకు మంచి సలహా ఇవ్వగలరు.
- మీ బృందం యొక్క విజయాలను జరుపుకోండి. మీ బృందం ఏదైనా గొప్ప విషయాన్ని చేస్తే, దానిని గుర్తించండి మరియు వారిని ప్రశంసించండి.
- మీ బృందం కోసం అందుబాటులో ఉండండి. మీ బృందం మిమ్మల్ని అవసరమైనప్పుడు మీరు అందుబాటులో ఉంటారని తెలుసుకోవడం చాలా ముఖ్యం.

నమ్మకాన్ని నిర్మించడానికి కొన్ని నిర్దిష్ట ఉదాహరణలు

- ఒక నాయకుడు తన బృందంతో క్రమం తప్పకుండా సమావేశాలు నిర్వహిస్తాడు. ఈ సమావేశాలలో, నాయకుడు బృందం యొక్క పురోగతిని చర్చిస్తాడు మరియు వారి సలహాను అడుగుతాడు.
- ఒక నాయకుడు తన బృందం యొక్క స్థానిక కమ్యూనిటీలో సహాయం చేయడానికి కార్యక్రమాలను నిర్వహిస్తాడు. ఈ కార్యక్రమాలు బృందం యొక్క బంధాన్ని బలోపేతం చేయడంలో సహాయపడతాయి మరియు నాయకుడు బృందం కోసం అందుబాటులో ఉన్నారని చూపిస్తాయి.
- ఒక నాయకుడు తన బృందం యొక్క సభ్యులకు వ్యక్తిగత సహాయాన్ని అందిస్తాడు. ఇది బృందం యొక్క సభ్యులతో నమ్మకాన్ని నిర్మించడానికి మరియు వారిని విలువైన వ్యక్తులుగా భావించడానికి సహాయపడుతుంది.

బలమైన సంబంధాలను ఏర్పరచుకోవడానికి సమర్థవంతమైన కమ్యూనికేషన్ పద్ధతులు

సంబంధాలు ఏర్పరచుకోవడానికి మరియు నిర్వహించడానికి కమ్యూనికేషన్ చాలా ముఖ్యం. సమర్థవంతమైన కమ్యూనికేషన్ ద్వారా, మీరు మీరు ఎవరో, మీరు ఏమి కోరుకుంటున్నారో మరియు మీరు ఏమి ఆలోచిస్తారో ఇతరులకు తెలియజేయగలరు. మీరు ఇతరుల భావాలను అర్థం చేసుకోగలరు మరియు వారితో సానుకూల సంబంధాలను ఏర్పరచుకోగలరు.

బలమైన సంబంధాలను ఏర్పరచుకోవడానికి సమర్థవంతమైన కమ్యూనికేషన్ పద్ధతులు ఈ క్రింది విధంగా ఉన్నాయి:

- సానుకూలంగా ఉండండి. మీరు సానుకూలంగా ఉండటం ద్వారా, మీరు మీరు ఆనందించే వ్యక్తిగా ఇతరులకు కనిపిస్తారు. ఇది మీతో సంభాషించడానికి ఇతరులను ఆకర్షిస్తుంది మరియు మీతో బలమైన సంబంధాలను ఏర్పరచుకోవడానికి వారిని ప్రోత్సహిస్తుంది.

- శ్రద్ధగా వినండి. ఇతరుల మాటలను శ్రద్ధగా వినడం ద్వారా, మీరు వారి భావాలను అర్థం చేసుకోవడానికి మరియు వారితో నిజమైన సంబంధాలను ఏర్పరచుకోవడానికి ప్రయత్నిస్తున్నారని చూపిస్తారు.

- స్పష్టంగా మరియు సంక్షిప్తంగా మాట్లాడండి. మీరు స్పష్టంగా మరియు సంక్షిప్తంగా మాట్లాడటం ద్వారా, మీరు మీరు ఏమి అర్థం చేసుకున్నారో ఇతరులకు అర్థం చేసుకోవడానికి సులభం చేస్తారు. ఇది సంభాషణను సమర్థవంతంగా మరియు ఉత్పాదకంగా చేస్తుంది.

- ప్రశ్నలు అడగండి. ప్రశ్నలు అడగడం ద్వారా, మీరు ఇతరుల నుండి మరింత సమాచారాన్ని పొందవచ్చు మరియు మీరు ఏమి అర్థం చేసుకోలేదో స్పష్టం చేసుకోవచ్చు. ఇది సంభాషణను మరింత సమగ్రంగా మరియు ఫలదాయకంగా చేస్తుంది.

- సానుకూల శ్రద్ధ చూపండి. మీరు ఇతరులకు సానుకూల శ్రద్ధ చూపడం ద్వారా, మీరు వారిని గౌరవించారని మరియు వారి భావాలను పట్టించుకుంటున్నారని చూపిస్తారు. ఇది మీతో బలమైన సంబంధాలను ఏర్పరచుకోవడానికి ఇతరులను ప్రోత్సహిస్తుంది.

పారదర్శకత మరియు నిజాయితీ యొక్క వాతావరణాన్ని పెంపొందించడం

పారదర్శకత మరియు నిజాయితీ అనేవి ఏదైనా సంస్థ లేదా సంఘంలో విజయం సాధించడానికి చాలా ముఖ్యమైనవి. ఇవి ప్రజలకు విశ్వాసం మరియు నమ్మకాన్ని పెంచుతాయి, ఇది మరింత సమర్ధవంతమైన నిర్ణయాలు తీసుకోవడానికి మరియు సమస్యలను పరిష్కరించడానికి దారితీస్తుంది.

పారదర్శకత అనేది ఏదైనా సంస్థ లేదా సంఘం తన కార్యకలాపాల గురించి సమాచారాన్ని విశ్వసనీయంగా మరియు సమగ్రంగా బహిర్గతం చేయడం. ఇది సంస్థ లేదా సంఘం యొక్క లక్ష్యాలు, విధానాలు, నిర్ణయాలు మరియు కార్యకలాపాల గురించి ప్రజలకు తెలుసుకోవడానికి అనుమతిస్తుంది. పారదర్శకత అనేది ప్రజలకు విశ్వాసం మరియు నమ్మకాన్ని పెంచడానికి ఒక ముఖ్యమైన మార్గం.

నిజాయితీ అనేది ఏదైనా సంస్థ లేదా సంఘం తన కార్యకలాపాలలో నిజాయితీగా మరియు నైతికంగా ఉండటం. ఇది సంస్థ లేదా సంఘం యొక్క ప్రతినిధులు సత్యం మాట్లాడటం, వారి బాధ్యతలను నెరవేర్చడం మరియు ప్రజల మంచి కోసం పని చేయడం వంటి వాటిని కలిగి ఉంటుంది. నిజాయితీ అనేది ప్రజలకు గౌరవం మరియు అభినందనలను పొందడానికి ఒక ముఖ్యమైన మార్గం.

పారదర్శకత మరియు నిజాయితీ యొక్క వాతావరణాన్ని పెంపొందించడానికి అనేక మార్గాలు ఉన్నాయి. కొన్ని ముఖ్యమైన పద్ధతులు ఇక్కడ ఉన్నాయి:

- సమాచారాన్ని బహిర్గతం చేయండి: సంస్థ లేదా సంఘం తన కార్యకలాపాల గురించి సమాచారాన్ని విశ్వసనీయంగా మరియు సమగ్రంగా బహిర్గతం చేయాలి. ఇది వెబ్‌సైట్లు, నివేదికలు మరియు ఇతర మార్గాల ద్వారా చేయవచ్చు.

- ప్రశ్నలకు సమాధానం ఇవ్వండి: సంస్థ లేదా సంఘం ప్రజల ప్రశ్నలకు సమాధానం ఇవ్వడానికి సిద్ధంగా ఉండాలి. ఇది ప్రజలకు వారి సందేహాలను తీర్చుకోవడానికి మరియు సంస్థ లేదా సంఘం గురించి మరింత తెలుసుకోవడానికి అనుమతిస్తుంది.

- విమర్శలను స్వీకరించండి: సంస్థ లేదా సంఘం విమర్శలను స్వీకరించడానికి మరియు వాటిని మెరుగుపరచడానికి ఉపయోగించడానికి సిద్ధంగా ఉండాలి. ఇది సంస్థ లేదా సంఘం యొక్క ప్రతిబింబం మరియు సుస్థిరతను పెంచుతుంది.

వివాదాలను గుర్తించడం మరియు సమర్థవంతంగా పరిష్కరించడం

వివాదాలు జీవితంలోని సహజమైన భాగం. అవి వ్యక్తిగత, వృత్తిపరమైన మరియు సామాజిక సంబంధాలలో సంభవించవచ్చు. వివాదాలు ఒత్తిడి, అసంతృప్తి మరియు సంబంధాల విచ్ఛిన్నానికి దారితీయవచ్చు. అయితే, వివాదాలను సమర్థవంతంగా పరిష్కరించడం ద్వారా, మనం వాటిని సానుకూల అవకాశంగా మార్చుకోవచ్చు.

వివాదాలను గుర్తించడం

మొదటి దశ వివాదాన్ని గుర్తించడం. వివాదం ఏర్పడినప్పుడు కొన్ని సాధారణ సంకేతాలు ఉన్నాయి. వాటిలో:

- సంభాషణలో చికాకు లేదా కోపం
- సంభాషణను నివారించడం లేదా నిలిపివేయడం
- పరస్పర అపనమ్మకం లేదా అపార్థం
- నేరపూరితతత లేదా బాధ్యత గురించి విభేదాలు

వివాదం ఏర్పడినప్పుడు, దాని కారణాలను అర్థం చేసుకోవడం ముఖ్యం. వివాదం ఏ వ్యక్తి లేదా అంశంపై ఆధారపడి ఉందో గుర్తించడం ద్వారా, మీరు దానిని పరిష్కరించడానికి మార్గాన్ని కనుగొనవచ్చు.

వివాదాలను పరిష్కరించడం

వివాదాలను పరిష్కరించడానికి అనేక మార్గాలు ఉన్నాయి. కొన్ని సాధారణ పద్ధతులు:

- సమస్యను పరిష్కరించడం: ఇది వివాదం యొక్క మూలాన్ని గుర్తించి, దానిని పరిష్కరించడానికి మార్గాన్ని కనుగొనడం.

- సంతృప్తికరమైన పరిష్కారంపై రావడం: ఇది వివాదంలో ఉన్న అన్ని వ్యక్తులకు సంతృప్తికరమైన పరిష్కారాన్ని కనుగొనడం.

- వివాదాన్ని తగ్గించడం లేదా నివారించడం: ఇది వివాదం యొక్క తీవ్రతను తగ్గించడానికి లేదా దానిని మొదట ఏర్పడకుండా నిరోధించడానికి చర్యలు తీసుకోవడం.

వివాదాన్ని పరిష్కరించడానికి ఏ పద్ధతి ఉత్తమమో వివాదం యొక్క స్వభావం మరియు దానిలో ఉన్న వ్యక్తుల మధ్య సంబంధంపై ఆధారపడి ఉంటుంది.

సమర్థవంతమైన వివాద పరిష్కారం

వివాదాన్ని సమర్థవంతంగా పరిష్కరించడానికి కొన్ని ముఖ్యమైన అంశాలు ఉన్నాయి. వాటిలో:

- సమాచారాన్ని సేకరించడం: వివాదం గురించి మరింత తెలుసుకోవడం ద్వారా, మీరు మరింత సమర్థవంతమైన పరిష్కారాన్ని కనుగొనవచ్చు.

Chapter 4: Empowering Others

అధ్యాయం 4: ఇతరులను సాధికారం చేయడం

మీ బృంద సభ్యుల బలాలను గుర్తించడం మరియు పెంపొందించడం

పరిచయం

ప్రతి బృందంలో, విభిన్న బలాలు మరియు బలహీనతలు ఉన్న సభ్యులు ఉంటారు. బలాలను గుర్తించి, వాటిని పెంపొందించడం ద్వారా, బృందం తన లక్ష్యాలను సాధించడానికి మరింత సమర్థవంతంగా మారవచ్చు.

ఈ కథనంలో, మీ బృంద సభ్యుల బలాలను గుర్తించడానికి మరియు వాటిని పెంపొందించడానికి మీకు సహాయపడే కొన్ని చిట్కాలను మేము అందిస్తాము.

మీ బృంద సభ్యులను తెలుసుకోండి

మీ బృంద సభ్యుల బలాలను గుర్తించడానికి మొదటి దశ వారిని మంచిగా తెలుసుకోవడం. వారితో సమయం గడపండి, వారి ఆసక్తులు, నైపుణ్యాలు మరియు బలహీనతల గురించి తెలుసుకోండి.

మీరు వారిని పరిశీలించవచ్చు, వారితో మాట్లాడవచ్చు మరియు వారి పనిని అంచనా వేయవచ్చు.

బలాల గుర్తింపు పరీక్షలు ఉపయోగించండి

బలాల గుర్తింపు పరీక్షలు మీ బృంద సభ్యుల బలాలను గుర్తించడానికి మరొక మార్గం. ఈ పరీక్షలు సాధారణంగా ప్రశ్నలను లేదా స్వీయ-నివేదికలను కలిగి ఉంటాయి.

బలాల గుర్తింపు పరీక్షలు ఖచ్చితమైనవి కావచ్చు, కానీ అవి మీ బృంద సభ్యుల గురించి మీకు మొదటి అవగాహనను అందించగలవు.

బలాలను పెంపొందించడానికి అవకాశాలను అందించండి

మీ బృంద సభ్యుల బలాలను గుర్తించడం తర్వాత, వాటిని పెంపొందించడానికి అవకాశాలను అందించండి. ఇది కొత్త నైపుణ్యాలను నేర్చుకోవడం, బాధ్యతలను అప్పగించడం లేదా అభివృద్ధి పనులలో పాల్గొనడం ద్వారా చేయవచ్చు.

బలాలను పెంపొందించడానికి అవకాశాలను అందంచడం ద్వారా, మీరు మీ బృంద సభ్యులు తమ పూర్తి సామర్థ్యాలను చేరుకోవడంలో సహాయపడతారు.

బలాలను బహుమతిగా ఇవ్వండి

మీ బృంద సభ్యుల బలాలను గుర్తించి, వాటిని పెంపొందించడానికి ప్రయత్నించినప్పుడు, వారిని బహుమతిగా ఇవ్వండి. ఇది వారి ప్రయత్నాలను అభినందిస్తుంది మరియు వారిని మరింత కృషి చేయడానికి ప్రోత్సహిస్తుంది.

బహుమతిగా ఇవ్వడానికి, మీరు శారీరక బహుమతులు, మాటల ప్రశంసలు లేదా అదనపు బాధ్యతలను అప్పగించడం వంటి వాటిని ఉపయోగించవచ్చు.

సాధికారత మరియు యాజమాన్యం యొక్క సంస్కృతిని సృష్టించడం

సారాంశం

సాధికారత మరియు యాజమాన్యం యొక్క సంస్కృతి అనేది ఒక సంస్థలో ఉద్యోగులు తమ పనిలో నిర్ణయాలు తీసుకోవడానికి మరియు వారి పని యొక్క ఫలితాలను నియంత్రించడానికి అనుమతించే వాతావరణం. ఈ సంస్కృతిని సృష్టించడం వలన అనేక ప్రయోజనాలు ఉన్నాయి, వీటిలో ఉత్పాదకత పెరగడం, ఉద్యోగుల మద్దతు పెరగడం మరియు సంస్థ యొక్క సమగ్రత మెరుగుపడటం వంటివి ఉన్నాయి.

సాధికారత మరియు యాజమాన్యం యొక్క సంస్కృతిని సృష్టించడానికి కొన్ని మార్గాలు

- ఉద్యోగులకు సమాచారాన్ని అందించండి: ఉద్యోగులు తమ పని యొక్క పర్యావరణం మరియు లక్ష్యాల గురించి తెలుసుకోవడం ముఖ్యం. వారికి వారి పనిపై ప్రభావం చూపే నిర్ణయాలకు సంబంధించిన సమాచారాన్ని అందించడం ద్వారా, మీరు వారిని తమ పనిలో మరింత సమర్ధవంతంగా మరియు బాధ్యతాయుతంగా చేయవచ్చు.

- ఉద్యోగులకు నైపుణ్యాలను అభివృద్ధి చేయడానికి సహాయం చేయండి: ఉద్యోగులు తమ పనిలో విజయం సాధించడానికి అవసరమైన నైపుణ్యాలను కలిగి ఉండాలి. శిక్షణ, అభివృద్ధి మరియు మద్ధతును అందించడం ద్వారా, మీరు ఉద్యోగులకు వారి పనిలో మరింత స్వతంత్రంగా మరియు సమర్ధవంతంగా మారడానికి సహాయం చేయవచ్చు.
- ఉద్యోగులకు స్వీయ నిర్వహణకు అనుమతిని ఇవ్వండి: ఉద్యోగులు తమ పనిని ఎలా నిర్వహించాలో నిర్ణయించుకోవడానికి స్వేచ్ఛను కలిగి ఉండటం ముఖ్యం. వారి పనిపై బాధ్యతను కలిగి ఉండేటప్పుడు, ఉద్యోగులు మరింత సమర్ధవంతంగా మరియు సంతోషంగా ఉంటారు.
- ఉద్యోగులను ప్రశంసించండి మరియు ప్రోత్సహించండి: ఉద్యోగులు తమ పని కోసం గుర్తింపు మరియు ప్రోత్సాహాన్ని పొందడం ముఖ్యం. వారి పనిని ప్రశంసించడం మరియు వారి విజయాలను గుర్తించడం ద్వారా, మీరు ఉద్యోగులకు తమ పనిలో మరింత సమర్ధవంతంగా మరియు బాధ్యతాయుతంగా ఉండటానికి ప్రోత్సహిస్తున్నారు.

పనులను సమర్థవంతంగా అప్పగించడం మరియు నిర్మాణాత్మక అభిప్రాయాన్ని అందించడం

సారాంశం

పనులను సమర్థవంతంగా అప్పగించడం మరియు నిర్మాణాత్మక అభిప్రాయాన్ని అందించడం అనేవి ఒక నిర్వాహకుడిగా మీ యొక్క ముఖ్యమైన నైపుణ్యాలు. ఈ నైపుణ్యాలను అభివృద్ధి చేయడం ద్వారా, మీరు మీ ఉద్యోగులను మరింత ఉత్పాదకంగా మరియు సమర్థవంతంగా చేయడంలో సహాయపడవచ్చు.

పనులను సమర్థవంతంగా అప్పగించడం

పనులను సమర్థవంతంగా అప్పగించడానికి, మీరు క్రింది అంశాలను పరిగణించాలి:

- పని యొక్క లక్ష్యాలు మరియు అవసరాలను స్పష్టంగా తెలియజేయండి. ఉద్యోగి ఏమి చేయాలనుకుంటున్నారో మరియు ఎందుకు చేస్తున్నారో తెలుసుకోవడం ముఖ్యం.
- పనిని పూర్తి చేయడానికి అవసరమైన సామర్థ్యాలు మరియు వనరులను ఉద్యోగికి అందించండి. ఉద్యోగి పనిని పూర్తి చేయడానికి అవసరమైన సాధనాలు మరియు సమాచారాన్ని కలిగి ఉండటం ముఖ్యం.
- పని యొక్క ప్రగతిని ట్రాక్ చేయండి మరియు అవసరమైనప్పుడు సహాయం అందించండి. ఉద్యోగి పనిలో ఎదుర్కొంటున్న ఏవైనా సవాళ్లను గుర్తించడానికి మరియు వాటిని అధిగమించడంలో సహాయం చేయడానికి మీరు అందుబాటులో ఉండాలి.

నిర్మాణాత్మక అభిప్రాయాన్ని అందించడం

నిర్మాణాత్మక అభిప్రాయాన్ని అందించడానికి, మీరు క్రింది అంశాలను పరిగణించాలి:

- సానుకూల దృక్పథంతో ఉండండి. మీరు మీ ఉద్యోగి పనిలో ఎందులో మెరుగుపడవచ్చో చూడాలనుకుంటున్నారు, కానీ వారిని తగ్గించడం లేదా బాధపెట్టడం మీ లక్ష్యం కాదు.
- నిర్దిష్టంగా ఉండండి. "మీ పని బాగుంది" లేదా "మీ పని మెరుగుపడాలి" వంటి సాధారణ వ్యాఖ్యలు ఉపయోగకరంగా ఉండవు. మీరు ఉద్యోగి ఏమి చేయవచ్చో లేదా చేయవచ్చో నిర్దిష్ట సిఫార్సులను అందించాలి.
- అవసరమైనప్పుడు సహాయం అందించండి. మీ ఉద్యోగి మెరుగుపడటానికి మీరు చేయగలిగేదేమిటో చూడండి. అవసరమైన శిక్షణ లేదా సహాయం కోసం మీరు వారిని సూచించవచ్చు.

మీ బృందం యొక్క నాయకత్వ సామర్థ్యాన్ని అభివృద్ధి చేయడం

ప్రారంభం

ఒక బృందాన్ని నడిపించడానికి మరియు విజయవంతం చేయడానికి, మీకు నాయకత్వ సామర్థ్యాలు అవసరం. మీరు మీ బృంద సభ్యులను ప్రేరేపించగలగాలి, వారిని ముందుకు నడిపించగలగాలి మరియు వారు పనిచేయడానికి ఉత్తమ వాతావరణాన్ని సృష్టించగలగాలి.

మీ బృందం యొక్క నాయకత్వ సామర్థ్యాన్ని అభివృద్ధి చేయడానికి మీరు ఏమి చేయగలరో ఇక్కడ కొన్ని చిట్కాలు ఉన్నాయి:

- మీ స్వంత నాయకత్వ శైలిని అర్థం చేసుకోండి. మీరు మరింత నిర్దేశించే నాయకుడిగా ఉన్నారా లేదా మరింత సహకార నాయకుడిగా ఉన్నారా? మీరు మీ స్వంత బలాలు మరియు బలహీనతలను అర్థం చేసుకోవడం ద్వారా, మీరు మీ బృందం కోసం ఉత్తమమైన నాయకుడిగా ఎలా ఉండవచ్చో మీరు ప్లాన్ చేయగలరు.
- మీ బృంద సభ్యులను తెలుసుకోండి. ప్రతి వ్యక్తి యొక్క బలాలు మరియు బలహీనతలను అర్థం చేసుకోవడం ద్వారా, మీరు వారిని వారి పూర్తి సామర్థ్యాలకు చేరుకోవడానికి సహాయపడగలరు.
- మీ బృంద సభ్యులకు అభివృద్ధి అవకాశాలను అందించండి. మీ బృంద సభ్యులు నేర్చుకోవడానికి మరియు పెరగడానికి అవకాశాలను అందించడం ద్వారా, మీరు వారి

నాయకత్వ సామర్థ్యాలను అభివృద్ధి చేయడంలో సహాయపడతారు.

- మీ బృంద సభ్యులను ప్రేరేపించండి. మీ బృంద సభ్యులను వారి పనిలో విజయం సాధించడానికి ప్రేరేపించడం ద్వారా, మీరు వారి నాయకత్వ సామర్థ్యాలను అభివృద్ధి చేయడంలో సహాయపడతారు.

మీ బృందం యొక్క నాయకత్వ సామర్థ్యాన్ని అభివృద్ధి చేయడానికి మీరు చేయగలిగే కొన్ని నిర్దిష్ట విషయాలు ఇక్కడ ఉన్నాయి:

- వారికి నాయకత్వ కోర్సులు లేదా శిక్షణా కార్యక్రమాలలో పాల్గొనడానికి అవకాశాన్ని అందించండి.
- వారికి నాయకత్వ పాత్రలను అప్పగించండి.
- వారికి నాయకత్వ సామర్థ్యాలను మెరుగుపరచడానికి మీ స్వంత సలహా మరియు మార్గదర్శకత్వాన్ని అందించండి.

ఫలితాలు

మీ బృందం యొక్క నాయకత్వ సామర్థ్యాన్ని అభివృద్ధి చేయడం ద్వారా, మీరు కింది లాభాలను పొందవచ్చు:

- మీ బృందం మరింత సమర్థవంతంగా మరియు ఉత్పాదకంగా ఉంటుందని.

Chapter 5: Leading Through Change

అధ్యాయం 5: మార్పు ద్వారా నాయకత్వం

నాయకత్వంలో అనుగుణత మరియు దృఢత్వం యొక్క ప్రాముఖ్యత

నాయకత్వం అనేది ఒక కష్టమైన పని, కానీ ఇది చాలా బహుమతిని ఇస్తుంది. ఒక నాయకుడిగా, మీరు మీ బృందాన్ని విజయం వైపు నడిపించాలి. ఇది చేయడానికి, మీరు అనుగుణత మరియు దృఢత్వం కలిగి ఉండాలి.

అనుగుణత

అనుగుణత అనేది మార్పులకు అనుగుణంగా ఉండగల సామర్థ్యం. ఈ రోజుల్లో, ప్రపంచం చాలా వేగంగా మారుతోంది. నాయకులు ఈ మార్పులను అనుసరించగలగాలి మరియు వారి బృందాలను అనుగుణంగా చేయగలగాలి.

అనుగుణత అనేది వివిధ రకాలైన సందర్భాలలో విజయవంతం కావడానికి అవసరం. ఉదాహరణకు, మీరు మీ బృందాన్ని కొత్త ఉత్పత్తిని అభివృద్ధి చేయడానికి లేదా కొత్త మార్కెట్లోకి ప్రవేశించడానికి నడిపిస్తుంటే, మీరు మార్పులకు అనుగుణంగా ఉండగలగాలి.

అనుగుణతను అభివృద్ధి చేయడానికి మీరు చేయగలిగే కొన్ని విషయాలు ఇక్కడ ఉన్నాయి:

- మీ చుట్టూ ఉన్న ప్రపంచాన్ని గమనించండి. మార్పులను గుర్తించడానికి మరియు వాటిని అనుసరించడానికి మీరు మీ సమయాన్ని గడపండి.

- నిరాశకు గురవకండి. మార్పులు ఎప్పుడూ సులభం కాదు, కానీ మీరు ఓపికగా ఉండి పని చేస్తే, మీరు విజయం సాధిస్తారు.

- క్రమం తప్పకుండా నేర్చుకోండి. కొత్త విషయాలను నేర్చుకోవడం ద్వారా, మీరు మార్పులకు ఎదుర్కోవడానికి మరియు వాటిని అనుసరించడానికి మీకు మరింత సహాయపడుతుంది.

దృఢత్వం

దృఢత్వం అనేది కష్ట సమయాల్లో కూడా పోరాడగల సామర్థ్యం. నాయకులు తరచుగా సవాళ్లను ఎదుర్కొంటారు. వారు ఈ సవాళ్లను అధిగమించడానికి మరియు వారి బృందాలను విజయం వైపు నడిపించడానికి దృఢంగా ఉండాలి.

దృఢత్వాన్ని అభివృద్ధి చేయడానికి మీరు చేయగలిగే కొన్ని విషయాలు ఇక్కడ ఉన్నాయి:

- మీ లక్ష్యాలపై దృష్టి పెట్టండి. మీరు ఏమి సాధించాలనుకుంటున్నారో గుర్తుంచుకోండి మరియు మీరు ఏ సవాళ్లను ఎదుర్కొన్నా, మీరు మీ లక్ష్యాలను సాధించడానికి కృషి చేస్తారు.

- మీకు మద్దతు ఇచ్చే వ్యక్తులను కనుగొనండి. మీరు కష్ట సమయాల్లో మద్దతు ఇవ్వగల మరియు మీరు ఏమి సాధించగలరో నమ్మే వ్యక్తులను కనుగొనండి.

మార్పు మరియు అనిశ్చితి ద్వారా నాయకత్వం వహించడానికి సమర్థవంతమైన వ్యూహాలు

మార్పు మరియు అనిశ్చితి అనేవి నాయకులు ఎదుర్కోవలసిన సాధారణ సవాళ్లు. ఈ సవాళ్లను అధిగమించడానికి, నాయకులు సమర్థవంతమైన వ్యూహాలను అభివృద్ధి చేయాలి.

సమర్థవంతమైన నాయకుడుగా ఉండటానికి, మీరు క్రింది వాటిని చేయగలగాలి:

- మీ బృందాన్ని మార్పులకు సిద్ధం చేయండి. మార్పుల గురించి మీ బృందానికి తెలియజేయండి మరియు వారు ఎలా ప్రభావితమవుతారో అర్థం చేసుకోవడంలో వారికి సహాయపడండి.
- మార్పులకు అనుగుణంగా ఉండండి. మీరు మీ బృందాన్ని మార్పులకు సిద్ధం చేసిన తర్వాత, మీరు మీరే మార్పులకు అనుగుణంగా ఉండాలి.
- దృఢంగా ఉండండి. మార్పు మరియు అనిశ్చితి సమయంలో, నాయకులు దృఢంగా ఉండాలి. మీ బృందానికి మార్గదర్శకత్వం ఇవ్వడానికి మరియు వారిని విజయం వైపు నడిపించడానికి మీరు దృఢంగా ఉండాలి.

మీరు మార్పు మరియు అనిశ్చితి ద్వారా నాయకత్వం వహించడానికి ఉపయోగించగల కొన్ని నిర్దిష్ట వ్యూహాలు ఇక్కడ ఉన్నాయి:

- ఓపెన్ కమ్యూనికేషన్‌ను ప్రోత్సహించండి. మీ బృందంతో ఓపెన్ మరియు స్పష్టమైన కమ్యూనికేషన్‌ను

ప్రోత్సహించండి. ఇది మార్పుల గురించి వారికి తెలుసుకోవడానికి మరియు వారి ఆందోళనలను పంచుకోవడానికి సహాయపడుతుంది.

- సహకారాన్ని ప్రోత్సహించండి. మార్పులను విజయవంతంగా అమలు చేయడానికి, మీ బృందంతో సహకారాన్ని ప్రోత్సహించండి. ప్రతి ఒక్కరూ వారి సహకారంతో మార్పులను సృష్టించడంలో సహాయపడగలరని వారికి తెలియజేయండి.

- నేర్చుకోవడానికి మరియు పెరగడానికి సహాయం చేయండి. మీ బృందం మార్పులకు అనుగుణంగా ఉండడానికి, మీరు వారికి నేర్చుకోవడానికి మరియు పెరగడానికి సహాయం చేయాలి. కొత్త నైపుణ్యాలు మరియు సామర్థ్యాలను నేర్చుకోవడానికి వారిని ప్రోత్సహించండి.

సవాలు సమయాల్లో ప్రేరణ మరియు నిమగ్నతను నిర్వహించడం

సవాలు సమయాల్లో ప్రేరణ మరియు నిమగ్నతను నిర్వహించడం చాలా కష్టం. మనం ఎదుర్కొంటున్న అడ్డంకులు మరియు అవరోధాలు మనల్ని క్షీణించిపోయేలా చేయవచ్చు. మనం ఏమి చేస్తున్నామో మనం కోల్పోవచ్చు మరియు మన లక్ష్యాలను సాధించడానికి నిరాశ చెందవచ్చు.

కానీ, ప్రేరణ మరియు నిమగ్నతను నిర్వహించడానికి కొన్ని మార్గాలు ఉన్నాయి. ఈ మార్గాలను అనుసరించడం ద్వారా, మనం సవాలు సమయాల్లో కూడా మన లక్ష్యాలను సాధించడానికి మనల్ని తాము నిర్మించుకోవచ్చు.

ప్రేరణను నిర్వహించడానికి మార్గాలు

- మీ లక్ష్యాలపై దృష్టి పెట్టండి. మీరు ఎందుకు ఈ లక్ష్యాలను సాధించాలనుకుంటున్నారో మీకు తెలుసుకోండి. మీ లక్ష్యాలను సాధించడం వల్ల మీకు మరియు మీ జీవితానికి ఎలా ప్రయోజనం చేకూరుతుందో ఆలోచించండి.

- మీ లక్ష్యాలను చిన్న, నిర్వహించగల లక్ష్యాలుగా విభజించండి. ఇది వాటిని సాధించడం మరింత సులభతరం చేస్తుంది.

- మీ ప్రగతిని ట్రాక్ చేయండి. మీరు ఎంత దూరం వచ్చారో చూడటం మీకు ప్రేరణనిస్తుందని మీరు గమనించవచ్చు.

- సహాయం అడగండి. మీరు సవాలు సమయాలను ఎదుర్కొంటుంటే, మీకు ఆసక్తి ఉన్న వ్యక్తుల నుండి సహాయం అడగండి.

నిమగ్నతను నిర్వహించడానికి మార్గాలు

- ప్రతిక్షేపణను నివారించండి. మీరు ఏదైనా చేయాలనుకుంటే, దాన్ని చేయడానికి మీరు సమయాన్ని కేటాయించండి.
- విచ్ఛిన్నతను తగ్గించండి. మీరు పని చేస్తున్నప్పుడు, మీరు విచ్ఛిన్నతకు గురయ్యేలా చేయే వాటిని తగ్గించండి.
- అంతరాయాలను నిర్వహించండి. మీరు అంతరాయానికి గురైతే, మీరు తిరిగి మీ పనికి రావడానికి కొన్ని నిమిషాలు తీసుకోండి.
- సాధారణ విరామాలు తీసుకోండి. మీరు కొంత సమయం విరామం తీసుకుంటే, మీరు మళ్లీ మరింత ప్రభావవంతంగా పని చేయగలరని మీరు గమనించవచ్చు.

ఆవిష్కరణ మరియు నిరంతర అభ్యాసానికి ఒక సంస్కృతిని నిర్మించడం

పరిచయం

ఆవిష్కరణ మరియు నిరంతర అభ్యాసం అనేవి ఏదైనా సంస్థ లేదా సంఘం విజయానికి అవసరమైన ముఖ్యమైన అంశాలు. ఆవిష్కరణ ద్వారా, మనం కొత్త ఆలోచనలు మరియు విధానాలను అభివృద్ధి చేయగలము, అయితే నిరంతర అభ్యాసం ద్వారా, మనం మన జ్ఞానాన్ని మరియు నైపుణ్యాలను పెంచుకోగలము.

ఆవిష్కరణ మరియు నిరంతర అభ్యాసానికి అనుకూలమైన సంస్కృతిని నిర్మించడం ద్వారా, మనం ఈ అంశాలను ప్రోత్సహించవచ్చు మరియు మన సంస్థ లేదా సంఘాన్ని మరింత సృజనాత్మకంగా మరియు సమర్థవంతంగా చేయవచ్చు.

ఆవిష్కరణను ప్రోత్సహించడానికి మార్గాలు

ఆవిష్కరణను ప్రోత్సహించడానికి అనేక మార్గాలు ఉన్నాయి. కొన్ని ముఖ్యమైన మార్గాలు ఇక్కడ ఉన్నాయి:

- సృజనాత్మకతను ప్రోత్సహించండి. సృజనాత్మకత అనేది ఆవిష్కరణకు ముఖ్యమైన భాగం. మీరు మీ ఉద్యోగులు లేదా సభ్యులను సృజనాత్మకంగా ఆలోచించడానికి మరియు కొత్త ఆలోచనలను అభివృద్ధి చేయడానికి ప్రోత్సహించాలి.
- అవకాశాలను అందించండి. మీ ఉద్యోగులు లేదా సభ్యులు కొత్త ఆలోచనలను పరీక్షించడానికి మరియు వాటిని అమలు చేయడానికి అవకాశాలను అందించాలి.

- సహకారాన్ని ప్రోత్సహించండి. వివిధ నైపుణ్యాలు మరియు అనుభవాలను కలిగి ఉన్న వ్యక్తులు కలిసి పని చేయడం ద్వారా, కొత్త ఆలోచనలు మరియు పరిష్కారాలు ఉద్భవించే అవకాశం ఉంది.

నిరంతర అభ్యాసాన్ని ప్రోత్సహించడానికి మార్గాలు

నిరంతర అభ్యాసాన్ని ప్రోత్సహించడానికి కూడా అనేక మార్గాలు ఉన్నాయి. కొన్ని ముఖ్యమైన మార్గాలు ఇక్కడ ఉన్నాయి:

- అభ్యాసానికి సహాయం చేయండి. మీ ఉద్యోగులు లేదా సభ్యులు కొత్త విషయాలు నేర్చుకోవడానికి అవసరమైన సహాయాన్ని అందించాలి.
- అభ్యాసాన్ని ప్రోత్సహించండి. మీ ఉద్యోగులు లేదా సభ్యులు తమ వృత్తిపరమైన అభివృద్ధిని కొనసాగించడానికి ప్రోత్సహించాలి.
- అభ్యాసాన్ని సులభతరం చేయండి. మీ ఉద్యోగులు లేదా సభ్యులు తమ వేళ్ల వద్ద అభ్యాస వనరులను కలిగి ఉండేలా చూసుకోండి.

www.ingramcontent.com/pod-product-compliance
Lightning Source LLC
La Vergne TN
LVHW020445080526
838202LV00055B/5341
* 9 7 8 8 1 1 9 6 6 9 1 8 9 *